இந்தியனும் முயற்சிக்க வேண்டும்

வி.எஸ்.ரோமா

ISBN 978-1-63920-732-9

பொருளடக்கம்

1

நாட்டுபற்றுஎன்பது ஒரு தனது தாய்நாட்டின் மீதுள்ள அளவில்லா அன்பு அல்லது ஈடுபாடுஆகும். தன் நாட்டிற்காக பல வகையாக உழைப்பதும் நாட்டுபற்றுஎனக்கொள்ளப்படும்.

நாட்டுப்பற்றுஎன்றால்என்ன?

வெள்ளைய ஆதிக்க சக்திகளிடம் இருந்து போராடிப் பெற்ற சுதந்-திரத்தின் அருமையை அப்போதைய தலைமுறை உணர்ந்திருந்த அளவு இன்றைய தலைமுறை உணரும் என்று எதிர்பார்ப்பதும் தவறே! அதற்-காக இவர்களை நாட்டுப்பற்று இல்லாதவர்கள் என்று கூற முடியாது. அதை இவர்கள் வெளிப்படுத்தாவிட்டாலும் நாட்டுப்பற்று என்ற ஒன்று அனைவரின் உள்ளத்திலும் இயல்பாகவே இருக்கக் கூடிய ஒன்று. அது படைத்த இறைவன் விதைத்த ஒன்றாகத்தான் இருக்க வேண்டும்.

பல வேளைகளில் அது இனம் மொழி மதம் அல்லது கொள்கை போன்றவற்றின் மீது உள்ள பற்றினாலும் தாக்கத்தினாலும் மாற்றங்க-ளுக்கு உள்ளாகிறது என்பதும் உண்மை. மட்டுமல்ல பொருளாதாரம் வாழ்க்கை வசதிகள், வறுமை, செழிப்பு, உறவு, போன்ற காரணிகளும் நாட்டுப் பற்றின் மீது நேர்மறையாகவோ எதிர்மறையாகவோ தாக்கத்தை உண்டுபண்ணுகின்றன.

மனிதர்களுக்கு மத்தியில் பிரச்சினைகள் உண்டாக இது ஒரு கார-ணமே அல்ல. தேசப்பற்றின் கூடுதல் அல்லது குறைவு என்பது புறக் காரணிகளைப் பொறுத்து அமைகிறது. உதாரணமாக பாலைவனத்தில் பிறந்த ஒரு மனிதன் வறுமை பாதிக்கும்போது தான் பிறந்த பூமி என்றும் நாட்டுப்பற்று என்றும் கூறிக்கொண்டு வாழ்வாதாரம் தேடி அண்டை நாடுகளில் அடைக்கலம் தேடமலோ அல்லது குடிபெயராமலோ இருப்-பதில்லை. அது போலவே பயம், ஆபத்து அல்லது வறுமை போன்றவை

பாதிக்கும்போதும் மனிதன் தன் நாட்டை துறக்கவே செய்கிறான்!

ஆனால் இன்று ஆதிக்க சக்திகள் தங்கள் அடக்குமுறையால் நலிந்தோர்களை அடக்கியாளும்போது அதனால் பாதிக்கப்பட்டு அவர்-களிடம் இருந்து தப்பிக்க வேறு நாடுகளுக்கு புலம்பெயர்ந்தால் உடனே அவர்களை மிக எளிதாக தேசத்துரோகிகள் என்று முத்திரைகுத்தி விடு-கிறார்கள். ஊடகங்கள் மூலம் அவர்களை பெரும் குற்றவாளிகளாக சித்-திரிக்கவும் செய்கிறார்கள்.

அதேவேளையில் அந்த ஆதிக்க சக்தியாளர்களும் அவர்களின் ஆதரவாளர்களும் தங்கள் சொந்த விஷயம் என்று வரும்போது வாழ்க்கை வசதிகள், கல்வி மற்றும் வேலைவாய்ப்பு வசதிகள் தேடி தங்-கள் குழந்தைகளை நாட்டுப்பற்றைக் காரணம் காட்டி வெளிநாடுகளுக்கு அனுப்பாமல் இருப்பதில்லை. தாய்நாட்டில் சம்பாதித்த செல்வங்களை வெளிநாடுகளில் முதலீடு செய்யவும் அங்கு வங்கிகளில் சேமிக்கவும் இவர்கள் தவறுவதும் இல்லை. இது இவர்களின் இரட்டை நிலை!

ஆனால் உண்மையில் நாட்டுப் பற்று என்பது என்ன?

பொதுமக்கள் காணும்படியாக நிலத்தை முத்தமிடுவதும், சில கவி-ஞர்கள் இயற்றிய பாடல்களை உருவிடுவதும், தேசத்தின் கொடியை பலர் காண வணங்குவதும் எல்லாம் நாட்டுப்பற்றாக சித்தரிக்கப் படுகிறது.

இவற்றில் எந்த அளவுக்கு ஆத்மார்த்தம் உள்ளது என்பதையும் இவற்றில் பெரும்பாலானவை புறக்கவர்ச்சிக்காக செய்யப்படுபவையே என்பதையும் நாம் அறிந்தே இருக்கிறோம்.

உண்மைநாட்டுப்பற்று என்பது நாட்டின் வரைபடத்தையோ பூகோள அமைப்பையோ நேசிப்பதைவிட அந்நாட்டைச் சேர்ந்த மக்களை நேசிப்-பதுதான். நாட்டு மக்களின் நலன் கருதிஅவர்களுக்கு தன்னால் முடிந்த சேவைகளை ஆத்மார்த்தமாக செய்வதும் அவர்களோடுஇணக்கமாக வாழ்வதும் அவர்களுக்காக உழைப்பதும்தான் உண்மையான தேசப்-பற்று.நாட்டில் ஆரோக்கியம் கல்வி, வேலைவாய்ப்பு போன்றவற்றின் வளர்ச்சிக்குதன்னலம் கருதாது உழைப்பதும் அவர்களை ஒரு பண்பாடு மிக்க குடிமக்களாகவார்த்தெடுக்க தன்னால் ஆன ஒத்தாசைகளை செய்-வதும் நாட்டுப் பற்றின் உண்மைஅடையாளங்களாகும்.

நாடு ஆபத்துக்கோ வறுமைக்கோ பஞ்சத்துக்கோ அநியாயத்துக்கோ உள்ளாகும்போது உயிரை துச்சமாகக் கருதி நாட்டை விட்டு ஓடாமல் அங்கேயே நிலைத்து நின்று நாட்டின் இடுக்கண்ணை விடுவிக்கப் பாடு-

படுவது என்பது உண்மை நாட்டுப்பற்றின் உச்சகட்டம் எனலாம்.

இப்படிப்பட்ட ஆத்மார்த்தமான நாட்டுப்பற்று மனித உள்ளத்தில் வரவேண்டுமானால் அங்கு இறைநம்பிக்கையும் இறையச்சமும் அடிப்படைத் தேவைகளாகும்.

நம்மைப் படைத்த இறைவன் நமக்கு கற்றுத்தரும் வாழ்க்கைத் திட்டத்திற்கே அரபி மொழியில் இஸ்லாம் என்று வழங்கப் படுகிறது. அதை வாழ்க்கை நெறியாக ஏற்றவர்கள் அவர்கள் வாழும் நாட்டை அதாவது நாட்டு மக்களை நேசிக்காமல் இருக்கமுடியாது.

இன, மொழி, நிற, மத வேற்றுமைகளை மறந்து மனிதகுலம் அனைத்தையும் தங்கள் சகோதரர்களாக பாவிக்கவேண்டும் என்பது இங்கு இறைவன் கற்பிக்கும் அடிப்படைப் பாடமாகும்.

மண்ணிலுள்ள மனிதர்களை நேசித்தால் விண்ணில் உள்ள இறைவன் உங்களை நேசிப்பான்" என்பதும் "மனிதர்கள் மீது கருணை காட்டாதவர் இறைவனால் கருணை காட்டப்பட மாட்டார்" என்பதும் நபிமொழிகள்.

இஸ்லாம் முன்வைக்கும் மறுமை நம்பிக்கை — அதாவது இறைவனின் கட்டளைகளை பூமியில் நடப்பாக்க செய்யப்படும் எந்த ஒரு செயலும் வீண்போவதில்லை. அவற்றிற்கு இறைவனிடம் மறுமையில் அதாவது சொர்க்க வாழ்வில் நற்கூலி உண்டு என்ற உறுதியான நம்பிக்கை — இஸ்லாத்தைப் பின்பற்றி வாழ்பவர்களுக்கு அலாதியான துணிச்சலையும் வீரத்தையும் தருகிறது.

நாட்டு மக்களை அநியாயத்தில் இருந்தும் அக்கிரமங்களில் இருந்தும் அந்நியர்களின் தாக்குதல்களில் இருந்தும் பாதுகாக்க சொந்த உயிரையும் உடமைகளையும் அர்ப்பணிக்க மாபெரும் உந்துசக்தியாக இந்த நம்பிக்கை செயல்படுகிறது. இதை மிஞ்சும் நாட்டுப்பற்றை எங்கேனும் காணமுடியுமா?

நம்மைப்படைத்த இறைவன் நமக்கு கற்றுத்தரும் வாழ்க்கைத் திட்டத்திற்கே அரபிமொழியில் இஸ்லாம் என்று வழங்கப் படுகிறது. அதை வாழ்க்கை நெறியாக ஏற்றவர்கள்அவர்கள் வாழும் நாட்டை அதாவது நாட்டு மக்களை நேசிக்காமல் இருக்கமுடியாது.

இன, மொழி, நிற, மத வேற்றுமைகளை மறந்து மனிதகுலம் அனைத்தையும் தங்கள் சகோதரர்களாக பாவிக்கவேண்டும் என்பது

இங்கு இறைவன் கற்பிக்கும் அடிப்படைப் பாடமாகும்

பல வேளைகளில் அது இனம் மொழி மதம் அல்லது கொள்கை போன்றவற்றின் மீது உள்ள பற்றினாலும் தாக்கத்தினாலும் மாற்றங்க-ளுக்கு உள்ளாகிறது என்பதும் உண்மை. மட்டுமல்ல பொருளாதாரம் வாழ்க்கை வசதிகள், வறுமை, செழிப்பு, உறவு, போன்ற காரணிகளும் நாட்டுப் பற்றின் மீது நேர்மறையாகவோ எதிர்மறையாகவோ தாக்கத்தை உண்டுபண்ணுகின்றன.

மனிதர்களுக்கு மத்தியில் பிரச்சினைகள் உண்டாக இது ஒரு கார-ணமே அல்ல. தேசப்பற்றின் கூடுதல் அல்லது குறைவு என்பது புறக் காரணிகளைப் பொறுத்து அமைகிறது. உதாரணமாக பாலைவனத்தில் பிறந்த ஒரு மனிதன் வறுமை பாதிக்கும்போது தான் பிறந்த பூமி என்றும் நாட்டுப்பற்று என்றும் கூறிக்கொண்டு வாழ்வாதாரம் தேடி அண்டை நாடுகளில் அடைக்கலம் தேடாமலோ

நாடுஆபத்துக்கோ வறுமைக்கோ பஞ்சத்துக்கோ அநியாயத்துக்கோ உள்ளாகும்போது உயிரைதுச்சமாகக் கருதி நாட்டை விட்டு ஓடாமல் அங்கேயே நிலைத்து நின்று நாட்டின்இடுக்கண்ணை விடுவிக்கப் பாடுப-டுவதுஎன்பது உண்மை நாட்டுப்பற்றின்உச்சகட்டம் எனலாம்!

இப்படிப்பட்ட ஆத்மார்த்தமான நாட்டுப்பற்று மனித உள்ளத்தில் வரவேண்டுமானால் அங்கு இறைநம்பிக்கையும் இறையச்சமும் அடிப்ப-டைத் தேவைகளாகும்.

நம்மைப் படைத்த இறைவன் நமக்கு கற்றுத்தரும் வாழ்க்கைத் திட்-டத்திற்கே அரபி மொழியில் இஸ்லாம் என்று வழங்கப் படுகிறது. அதை வாழ்க்கை நெறியாக ஏற்றவர்கள் அவர்கள் வாழும் நாட்டை அதாவது நாட்டு மக்களை நேசிக்காமல் இருக்கமுடியாது.

இன, மொழி, நிற, மத வேற்றுமைகளை மறந்து மனிதகுலம் அனைத்தையும் தங்கள் சகோதரர்களாக பாவிக்கவேண்டும் என்பது இங்கு இறைவன் கற்பிக்கும் அடிப்படைப் பாடமாகும்.

நாட்டு மக்களை அநியாயத்தில் இருந்தும் அக்கிரமங்களில் இருந்-தும் அந்நியர்களின் தாக்குதல்களில் இருந்தும் பாதுகாக்க சொந்த உயி-ரையும் உடைமைகளையும் அர்ப்பணிக்க மாபெரும் உந்துசக்தியாக இந்த நம்பிக்கை செயல்படுகிறது. இதை மிஞ்சும் நாட்டுப்பற்றை எங்கேனும் காணமுடியுமா?

இந்தியாவில் இருப்பவர்கள் அனைவரும் இந்தியர்களாக இருக்க வாய்ப்பில்லை. தொழில், மருத்துவம், கல்வி, சுற்றுலா எனப் பல விஷயங்களுக்காக ஏராளமானோர் இந்தியாவுக்கு வந்து செல்கின்றனர். அவர்களைத் தவிர்த்து இந்தியர்கள் என இருப்பவர்கள், நாட்டுக்கு உதவியாக இல்லாவிட்டாலும் பரவாயில்லை, எதிராகச் செயல்படாமல் இருந்தாலே போதும். இந்தியா விரைவில் வளர்ச்சி அடைந்த நாடாகி விடும்.

உண்மையான இந்தியராக இருந்தால், இந்தியா தற்போதுள்ள நிலையில் செய்ய வேண்டிய சீர்திருத்தங்கள் எவை, மாற்றங்கள் எவை என ஆலோசனைகள் தந்து நாட்டின் நல்ல நிலைக்குப் பாடுபட வேண்டுமே- யொழிய, நமது நாட்டையே நாம் குற்றம் சுமத்துவது சரியல்ல.

இவர்கள் கல்வி கற்கும் காலங்களில் முறையாக தேசிய ஒருமைப்பாடு குறித்தும், தேசப்பற்று குறித்தும் கற்பிக்கப்பட்டிருக்கவேண்டும். சில கல்வி நிறுவனங்களில் அவை வலிய தவிர்க்கப்படுவது தேசத்தின் இறையாண்- மைக்கு தீங்கு ஏற்படுத்துவதாகவே அமைந்து விடும்.

எனவே, நாட்டில் யாரும் கல்வி நிலையம் தொடங்கலாம். ஆனால், தேசப்பற்று என்பதற்கு எந்தவிதச் சமரசமும் கூடாது.

தகுதி வாய்ந்த பிரதிநிதிகளை மக்கள்தான் கண்டறிந்துஆட்சியில் அமர வைக்கவேண்டும். அந்தக் கடமை ஒவ்வொரு இந்தியனுக்கும் உண்டு. அதில் சற்று வழி தவறி சென்றுவிட்டு, பிறகு அரசுக்கு எதிராகவும், நாட்டுக்கு எதிராகவும் குரல் கொடுப்பது எந்த வகையில் நியாயம்? பிறகு, அவர்கள் எந்த நாட்டுக்கு ஆதரவாகச் செயல்படுகிறார்களோ அங்கேயே சென்றுவிட வேண்டியதுதானே.

உண்ட வீட்டுக்கு இரண்டகம் செய்யக் கூடாது எனக் கூறுவார்கள். அதாவது, நமக்கு உதவி செய்தவருக்கு துரோகம் செய்வது எப்படியோ, அப்படித்தான் ......நமது தேசத்தின் (அரசியல்வாதிகளின்) செயல்பா- டுகளை எதிர்ப்பதும்.

அரசியல்வாதிகள் யாரும் வேற்று கிரகத்திலிருந்து வருவதில்லை. நம்- மில் ஒருவர்தான் தொகுதியின் மக்கள் பிரதிநிதியாகிறார். எனவே, நல்- லவர்களைத் தேர்வு செய்வது நமது கடமை. ஆட்சியாளர்கள் மீது குற்-

றம் சுமத்துவது இயல்பாக உள்ளது. இது எந்தக் கட்சி ஆட்சிக்கு வந்தாலும் தொடர்கிறது.

பிறகு யார்தான் குற்றமற்ற ஆட்சி தருவது?

நாகரிகம் என்ற நோக்கில், நாம் வசிக்கும் நாட்டில் படித்தோம் - வேலை செய்தோம் சம்பாதித்தோம் - சொத்து வாங்கினோம்-சந்ததிகளைப் பெருக்கினோம் என்று அவரவர் கடமையைச் செய்தால் பரவாயில்லை.

நமது நாட்டின் அணியினர் விளையாட்டில் விளையாடும்போது ஆதரவு தெரிவிப்பதுகூட தேசப்பற்றுதான். ஆனால், அதற்காக பிற நாட்டினரை நாம் எந்த வகையிலும் இழிவுபடுத்தக் கூடாது. இதுதான் இந்தியாவில் நாம் கற்ற பண்பாடும், நாகரிகமும்•••

இந்தியாவின் புகழை அறிந்து நமது சுற்றுலாத் தலங்களைப் பார்வையிடவரும் வெளிநாட்டினரை நாம் மதித்து அவர்களுக்குப் போதுமான உதவிகள் செய்ய வேண்டும். நாம் சில வசதிகளுக்கு ஆசைப்பட்டு அவர்களைத் தவறாக நடத்திவிடக் கூடாது.

நம் நாட்டினை எப்போதும் புகழ்ந்து கொண்டும், நமது தேசியக் கொடியை நமது சட்டைகளில் அணிந்து கொண்டும், வாகனங்களில் தேசப்பற்று குறித்த வாசகங்களைப் பொறித்துக் கொண்டு பவனி வருவதும்தான் தேசப்பற்று என்பதில்லை. நாம் வாழும் நாடு எப்படிப்பட்ட நிலையில் இருந்தாலும் அதைத் தரம் தாழ்த்திப் பேசாமல், நிலை உயர்வதற்குப் பாடுபட எண்ணம் கொள்ள வேண்டும். நாடுஎப்படிப் போனால் என்ன, நமக்குப் பணம் கிடைக்கிறதா, வேறு ஏதாவது பலன் கிடைக்கிறதா எனச் சுயநலமாக இருப்பதால்தான் நாட்டுக்கு ஏற்படும் அந்நிய அச்சுறுத்துதல்களைவிட உள்நாட்டிலேயே அச்சுறுத்துதல்கள் பெருகிவருகின்றன.

வெளிநாடுகளுக்குப் பயணம் சென்றுவிட்டு அதைப் பற்றி பெருமை பேசுவதைவிட, அந்த அளவுக்கு நம்மை உயர்த்த என்ன செய்ய வேண்டும் எனச் செயல்படுவதுதான் சிறப்பானது. தேசியம் என்பதும் தேசப்பற்று என்பதும் வெறுமனே ஒரு நாட்டில் பிறந்துவிட்டால் மட்டும் வந்துவிடாது. உண்மையில் அந்த நாட்டில் உள்ள வளங்களை நாம் அனுபவிக்கும்போது நமக்குள் இயல்பாகவே அந்தப் பகுதிக்கு நாம் விசுவாசமாக

இருந்துவிடும் நிலை உண்டாகி விடுகிறது.

காரணம், பூமியின் அமைப்பு அப்படி. இயற்கையின் நியதி அப்-படி•••

எனவே, கல்வி நிலையங்கள் மட்டுமல்ல, ஒரு நாட்டில் உள்ள குடிம-கனுக்கு அந்த நாட்டின் மீது தேசப்பற்று வளர என்னசெய்ய வேண்-டுமோ, அதைச் செய்ய வேண்டும். அப்போதுதான் அந்தத் தேசம் வளர்ச்சிப் பாதையில் பயணிக்கும். ஒவ்வொருவரும் பிறரைக் குறை சொல்லி தானும் சரியாக வாழாமல் பிறரையும் வாழ விடாமல், ஆரோக்கியமற்ற அரசியல் சூழல் உருவாகிவிடும்.

இனிமேல் அப்படியான ஒரு சூழல் உருவாகி விடாமல் இருக்க நாட்டுப் பற்று வளரும் வகையில் கல்வி முறை, வாழ்க்கை முறை அமைய வேண்டும்.

இதற்கு நாட்டில் உள்ள ஆசிரியர்கள்,பெற்றோர்கள் உள்பட அனை-வரும் ஒருங்கிணைந்து செயலாற்ற வேண்டும். ஒரு நாட்டுக்கு எதிரி என்பது பொதுவாக வெளிநாடாக இருக்கும். ஆனால், நமது நாட்டின் உள்ளே இருந்துகொண்டு இந்தியாவுக்கு எதிராகச் செயல்படத் தயங்காத சூழல் நிலவுகிறது. ஆளும் கட்சிக்கு எதிராக இருக்கிறோம் என்பதற்-காக, வெளிநாட்டு எதிரிகளுக்கு உதவி செய்வது என்பது தேசத் துரோ-கம், மன்னிக்க முடியாத குற்றமாகும்.

இந்தியன் எனச் சொல்லிக்கொள்வதில் எந்தப் பொருளும் இல்லை. நமது உடல் செல்கள் ஒவ்வொன்றிலும் அந்த நினைவு இருக்க வேண்-டும். அதுதான் உண்மையான தேசப்பற்று. ஒவ்வோர் இந்தியனும் செயல்களில் ஒழுக்கம், தொழிலில் நேர்மை, கடமைகளைச் சரியாகச் செய்தல், நாகரிகம் - பண்பாடு - பாரம்பரியம் காத்தல், முறையான கல்வி, ஆரோக்கியம் போன்ற நோக்கங்களை மனதில் நிறுத்திச் செயல்-படவேண்டும். இப்படிச் செய்தால் உலக நாடுகளுக்கெல்லாம் முன்னோடி நாடாக இந்தியா விளங்க முடியும். அதற்காக ஒவ்வொரு இந்தியனும் முயற்சிக்க வேண்டும்.Top of Form

மாணவர்களின் பொறுப்பு உண்மையில் மிகவும் கூடுதல் என்றால் மிகையாகாது. படிப்போடு நிறுத்தி கொள்ளாமல் பெற்றோருக்கு உதவு-தல் அதாவது வீட்டு வேலைகளை செய்தல், கிராமங்கள் என்றால் ஓய்வு வேளையில் வயல்களுக்கு சென்று தந்தைக்கு உதவுதல் போன்றவை-

களில் இன்றைய மாணவர்கள் ஈடுபடுவது மகிழ்ச்சிக்குரியதே. இவை அனைத்தையும் விட சமுதாய முன்னேற்றத்திற்காகவும் பாடுபட வேண்-டும்.

ஒவ்வொரு படித்த இளைஞனும், படிக்கும் மாணவனும் தங்களுடைய ஓய்வு நேரத்தில் முதலில் தன்னுடைய குடும்பத்தை மேலான நிலைக்கு கொண்டு வர பாடுபட வேண்டும். பின்னர் சமுதாய முன்னேற்றத்தில் ஆர்வமுடன் ஈடுபட வேண்டும்.

மனித நேயம் வளர மாணவர்கள்தான் சீரிய முறையில் பாடுபட வேண்-டும். சமூக தொண்டுகளில் ஆர்வமுடன் ஈடுபட வேண்டும். சமூக பணி-களில், ஏழை- எளியவர்களுக்கு உதவுவதில் முடிந்த வரை மாணவர்-கள் தங்கள் ஓய்வு நேரத்தை செலவிட வேண்டும். சமூக தொண்டுகளில் உண்மையான ஈடுபாட்டுடன் செயல்பட்டு வந்தால் நிச்சயமாக ஒவ்-வொரு கிராமமும் சிறந்து விளங்கும்.

துன்பத்தில் பாதிக்கப்பட்டவர்கள் யாராக இருந்தாலும் அவர்களுக்கு உதவி செய்ய மாணவர்கள் தங்களை ஈடுபடுத்தி கொண்டு இளமையி-லேயே சிறந்து விளங்க வேண்டும்.

மதுவின் தீமைகள் பற்றியும் புகை பிடிப்பதால் ஏற்படும் தீங்குகள் பற்றி-யும் எடுத்துரைக்க வேண்டும். இளைஞர்களிடையே புகையிலை மற்றும் போதை பாக்குகள் சாப்பிடும் பழக்கம் அதிகரித்து வருகிறது. இதனை தடுக்க அரசாங்கம் பல்வேறு நடவடிக்கைகள் எடுத்து வந்தாலும் சிலர் அதை இன்னும் பயன்படுத்திதான் வருகிறார்கள். இதன்மூலம் புற்று-நோய் வர அதிக வாய்ப்புள்ளது. புகையிலையால் ஏற்படும் தீமைகள் குறித்தும் பொதுமக்களுக்கு மாணவர்கள் எடுத்து கூற வேண்டும்.

ஆபத்து காலங்களில் மட்டும் முன்நின்று உதவி செய்ய வேண்டும் என்-றில்லாமல் ஆபத்து எந்த நிலையில் வந்தாலும் உதவி செய்ய முன்வர வேண்டும். சாலை விபத்துகளில் சிக்குபவர்களை உடனடியாக மீட்டு ஆஸ்பத்திரிகளுக்கு அனுப்பி வைக்க வேண்டும்.

வி.எஸ்.ரோமா

தீ விபத்து ஏற்பட்டால் தீயணைப்பு வீரர்களின் ஆலோசனைப்படி பாதிக்-கப்பட்டவர்களுக்கு உதவிட வேண்டும். மூட நம்பிக்கைகளை போக்கிட வேண்டும் என்று முயற்சிகள் எடுக்கப்பட்டாலும் அதனை போக்கிட முடியாத நிலைதான் இருந்து வருகிறது. மூடபழக்க வழக்கங்களை ஒழிக்க மாணவர் மற்றும் இளைஞர் சமுதாய தொண்டாற்றினால் வெற்றி பெறுவது உறுதி.

சுத்தமான குடிநீர், நல்ல உணவு போன்றவை ஏழை, எளியவர்களுக்கு கிடைக்கும் வகையில் செயல்படும் எண்ணம் மாணவர்களிடையே வளர வேண்டும்.

தற்போது கொசுக்கள் மூலம் டெங்கு காய்ச்சல் போன்ற கொடிய நோய்-கள் ஏற்பட்டு பலர் உயிர் இழக்கின்றனர். கொசு மூலம் ஏற்படும் இந்த நோய் குறித்து பொதுமக்களுக்கு எடுத்துக்கூற வேண்டும். சுற்றுப்புறங்-களை தூய்மையாக வைத்து கொள்வதன் மூலம் டெங்கு காய்ச்சல் வரா-மல் பாதுகாத்து கொள்ள வேண்டும் என்பதை விளக்கி கூற வேண்டும். கிராமங்களில் உள்ள முட்புதர்களை வெட்டி அழிக்க வேண்டும். குளம், குட்டைகளை தூர்வாரியும் ஆழப்படுத்தலாம். இதன்மூலம் மழை பெய்-யும் போது மழைநீரை சேமிக்க முடியும்.

வயதானவர்கள், கண் பார்வையற்றவர்கள் சாலையை கடக்க முற்படும்-போது நாம் அவர்களுக்கு உதவி செய்ய வேண்டும். ஏழை, எளிய மக்-கள் தினமும் கிடைக்கும் வருமானத்தை அன்றே செலவு செய்து விட்டு மறுநாள் என்ன செய்வது என்று தெரியாமல் திண்டாடுகின்றனர். அவர்-களுக்கு சேமிப்பின் அவசியம் குறித்து எடுத்து கூற வேண்டும்.

இவ்வாறு பல்வேறு சமுதாய தொண்டுகளில் மாணவர்களும், இளைஞர்-களும் ஈடுபட்டு நாட்டுக்கும், வீட்டுக்கும் பெருமை தேடித்தர வேண்டும்.

நாட்டின் முன்னேற்றத்தில் மாணவர்களின் பங்கு

இந்த சமுதாயத்திற்காக மாணவர்கள் ஆற்ற வேண்டிய கடமைகள் உள்ளன. அவர்கள் சமுதாய உணர்வுடையவர்களாய் வளர்ந்தால்தான் வீடும், நாடும் நலம் பெறும்.

ஒவ்வொருவருக்கும் உரிய கடமைகள் உண்டு. இந்த சமுதாயத்திற்-காக மாணவர்கள் ஆற்ற வேண்டிய கடமைகள் உள்ளன. இன்றைய மாணவர்கள் நாளைய தலைவர்கள். அவர்கள் சமுதாய உணர்வுடை-யவர்களாய் வளர்ந்தால்தான் வீடும், நாடும் நலம் பெறும். ஒரு உயிர் படும் துன்பத்தை கண்டு அதனை தாங்கிக்கொள்ளாமல் உடனே ஓடிச் சென்று உதவுவது தான் தொண்டு.

அவ்வகையில் மிகவும் பின்தங்கிய நிலையிலுள்ள நம் நாட்டு மக்களுக்கு செய்யவேண்டிய தொண்டுக்கு அளவே இல்லை. நம் சமுதாயம் வறுமை, கல்வியின்மை, அறியாமை, சாதி, மத வேறுபாடுகள், தீண்-டாமை, மூடப்பழக்க வழக்கங்கள் ஆகிய கொடுமைகளால் சிதைந்-துள்ளது. குறிப்பாகக் கிராமங்களில் வாழும் மக்கள் மிகவும் பின்தங்கி-யுள்ளனர். சமுதாயத்தின் உறுப்பாய் விளங்கும் மாணவர்கள் சமுதாய மேம்பாட்டுக்காகத் தொண்டாற்றுவது கடமையாகும்.

மாணவர்கள் தம் பள்ளி பருவத்தில் தொண்டு செய்வதற்கு உரிய மனப்-பான்மை வளர்த்து கொள்ளவேண்டும். குறிப்பாக தெருக்களை தூய்மை-யாக வைக்க உதவவேண்டும். மேலும் நீர்நிலைகளை தூய்மைப்படுத்து-தல், சாலைகளை செப்பனிடுதல், மருத்துவ உதவி பெற வழிகாட்டுதல், விழாக்காலங்களில் கூட்டத்தை ஒழுங்குப்படுத்துதல், தவறிய பொருட்-களை தேடி கண்டுபிடிக்க உதவுதல் ஆகிய தொண்டுகளை மாணவர்கள் மேற்கொள்ளலாம்.

எழுத்தறிவற்றவர்களுக்கு எழுத்தறிவை கற்றுக்கொடுக்கலாம். செய்தி-தாள்களை வாசித்து காட்டலாம். நூல்நிலையங்கள், படிப்பகங்கள் அமைக்க ஏற்பாடு செய்யவேண்டும். அரசின் செய்தித்துறையினர் உதவி கொண்டு வேளாண்மை, குடும்பநலம், நோய்த்தடுப்பு முதலியன பற்றிய குறும்படங்களை பொதுமக்களிடம் காட்டி விழிப்புணர்வை ஏற்படுத்த-லாம்.

மாணவர்கள் அருகேயுள்ள கிராமங்களுக்கு சென்று விவசாயிகளுக்கு பல்வேறு தொழில் குறித்து விளக்கி கூறலாம். அதில் வேளாண்மை திட்டங்களில் அரசின் உதவி பெறுதல், விவசாயிகள் ஓய்வு நேரத்தில்

கோழிப்பண்ணைகள், தேனீக்கள் வளர்த்தல், பாய் பின்னுதல் உள்ளிட்ட தொழில்கள் செய்வது குறித்து அறிவுரைகளை வழங்கலாம்.

கிராமப்புறங்களில் உள்ள மக்களுக்கு தேவையான அடிப்படை வசதிகளை ஏற்படுத்துவது குறித்து அரசுக்கு கோரிக்கை வைக்க உதவலாம். நகர்புறங்களில் போக்குவரத்து நெரிசலை சீரமைக்க மாணவர்கள் போலீஸ்சாருக்கு உதவிட முன்வரேவேண்டும். பள்ளியில் மாணவர்கள் வகுப்பறையையும், சுற்றுப்புறத்தையும் தூய்மையாக வைத்து கொள்ள வேண்டும். ஏழை மாணவர்களுக்கும், படிப்பில் பின்தங்கிய மாணவர்களுக்கும் உதவவேண்டும்.

நாட்டுபற்றுஎன்பது ஒரு தனது தாய்நாட்டின் மீதுள்ள அளவில்லா அன்பு அல்லது ஈடுபாடு ஆகும். தன் நாட்டிற்காக பல வகையாக உழைப்பதும் நாட்டுபற்று எனக்கொள்ளப்படும்.

ஒழுக்கம் தவறும் மாணவர்களை நல்வழிப்படுத்த வேண்டும்.ஏழை மாணவர்களுக்கு ஆண்டு இறுதியில் புத்தகங்களை இலவசமாக கொடுத்து உதவவேண்டும். புயல், வெள்ளம் உள்ளிட்ட பேரிடர் காலத்தில் அவற்றால் பாதிக்கும்மக்களுக்கு உதவிட வேண்டும். சுகாதார சீர்கேட்டால் தொற்றுநோய் ஏற்படுவதைதடுக்க மக்களிடம் போதிய விழிப்புணர்வை ஏற்படுத்த வேண்டும். நாட்டுக்கும், வீட்டுக்கும் பெருமை சேர்க்கும் வகையில் நல்ல மாணவர்களாக உருவாக வேண்டும்.

உண்மைநாட்டுப்பற்று என்பது நாட்டின் வரைபடத்தையோ பூகோள அமைப்பையோ நேசிப்பதைவிடஅந்நாட்டைச் சேர்ந்த மக்களை நேசிப்பதுதான். நாட்டு மக்களின் நலன் கருதிஅவர்களுக்கு தன்னால் முடிந்த சேவைகளை ஆத்மார்த்தமாக செய்வதும் அவர்களோடுஇணக்கமாக வாழ்வதும் அவர்களுக்காக உழைப்பதும்தான் உண்மையான தேசப்பற்று.நாட்டில் ஆரோக்கியம் கல்வி, வேலைவாய்ப்பு போன்றவற்றின் வளர்ச்சிக்குதன்னலம் கருதாது உழைப்பதும் அவர்களை ஒரு பண்பாடு மிக்க குடிமக்களாகவார்த்தெடுக்க தன்னால் ஆன ஒத்தாசைகளை செய்வதும் நாட்டுப் பற்றின் உண்மைஅடையாளங்களாகும்.

நான்

வாசகர்ளால் நான்
வாசகர்களுக்காக நான்

முற்போக்கு எழுத்தாளர் வி.எஸ்.ரோமா – கோயம்புத்தூர்
+91 82480 94200
20 புத்தகங்கள் எழுதியுள்ளேன்
விருதுகள் பல பெற்றுள்ளேன்.
கதை , கவிதை, கட்டுரை, நாவல் பொன்மொழி, நாடகம்
எழுதுவேன்.

என்
எழுத்து
என் மூச்சுள்ள வரை
என் வாசிப்பே
என் சுவாசிப்பு
என்றும்

எழுதிக் கொண்டிருக்க வே
என் ஆசை

நான் திருமணமே செய்து கொள்ளாத பெண்மணி என்பதில்
எனக்கு மகிழ்வே.

என் எழுத்துக்கு முழு ஒத்துழைப்பு கொடுப்பவர்கள் என்
பெற்றோர்களே.

தந்தை
கா சுப்ரமணியன் _ தாசில்தார் - ஓய்வு

தாய்.
சு. கிருஷ்ணவேணி

என் பெற்றோர்களே
என்
எழுத்துக்கும்
எனக்கும் முழு ஒத்துழைப்பு தருகின்றவர்கள் என்பதில்
எனக்கு மகிழ்ச்சியே.

நான் ரோமா ரேடியோ
என்ற பெயரில் எஃப் எம் ஆரம்பித்துள்ளேன்.

என்
எழுத்து
என் ரோமா வானொலி மூலம்
எங்கும் ஒலிக்க
எட்டு திக்கும் ஒலிக்க
என் ஆவல்.

பெண்களை
பெரிதாக நினைத்துப்

பெரும் மகிழ்ச்சியடைந்து
பெருமைப் படுத்த வேண்டும்.

முற்போக்கு எழுத்தாளர்
வி.எஸ். ரோமா
Roma Radio
கோயம்புத்தூர்
+91 82480 94200